என்(றும்) என் பாடுபொருளே...

கோவி.ஹரிஹரன்

என்(றும்) என் பாடுபொருளே

கவிதை

ஆசிரியர் : கோவி.ஹரிஹரன் 2023 ©

முதல் பதிப்பு : ஜனவரி 2023

வெளியீடு : ஏலே பதிப்பகம்

5/175, பாத்திமா நகர், கூத்தென்குழி,

திருநெல்வேலி - 627104

தொடர்புக்கு : +91 9944992571

En(drum) En Paaduporule
Poetry

by Kovi.Hariharan 2023 ©
First Edition : January 2023
Pages: 61
ISBN : 978-93-5533-549-4
Aelay Publish
Contact : +91 9944992571
Designed by : Aelay publish team

என்(றும்) என் பாடுபொருளே

காதல்

மனது மனதால்
உணரப்படும் பொழுது
கவிதை பிறக்கின்றது.
காதல்,
அதை சப்தமாய்
படிக்கின்றது.

பெண் ஸ்நேகம்

ஒளிக்கு ஏங்கும் இருள்
ஒளி வந்தால்
அழிந்து போகும்.
அது போல
அமைதி தேடி
பெண் ஸ்நேகம் தேடினால்,
ஸ்நேகம் கிடைக்கும்
அமைதியை எடுத்துக்கொண்டு.

தத்துவம்

புரிந்த ஒன்றை
புரியாமல் சொல்வதே
தத்துவம்.

மனம்

ஆறும் மனதும் ஒன்று.
மழைக்காலத்தில்
இருகரை தொட்டு ஓடும்
ஆறு
கோடையில் வரண்டு போகும்.
சந்தோஷத்தில் துள்ளி குதிப்பதும்,
சங்கடத்தில் துவண்டு போவதும்
மனது.!!

எதிலும் நீ

நல்ல நிகழ்வுகளே
இனிமையாய் உள்ளன.
இனிமை பயப்பதே
நினைவில் நிற்கின்றன.
அவையே
நெஞ்சை நெகிழவும்
செய்கின்றது.
நிகழ்வும், இனிமையும், நெகிழ்வும்
எனப் பட்டியலிட்டால்,
அனைத்திலும்
நீயிருக்கின்றாய்,
நீயேதானிருக்கின்றாய்.

வியப்பு

வியக்கின்றேன்
பார்க்கும் அனைத்திலும்
உன்னை நிரப்பி வைத்து விட்டு
அங்கே
நீ எப்படி முழுமையாய்???

நியாயஸ்தன்

கோபப்படு
குற்றஞ்சாட்டு,
எவரை நோக்கியும் நீளட்டும்
உன் சுட்டு விரல்.
நாடு
இப்படி ஆனதே என்று
கவலை கொள்.
அது என்ன சப்தம்-
பக்கத்து வீட்டில் கள்வர்களா?
உ...ட...னே... கதவை சாத்து.!!!

கவிதை

உனக்கொரு
நல்ல கவிதை
எழுதித்தர ஆசைப்பட்டேன்.
அந்த கவிதை
முன்பே ஒருவரால்
எழுதப்பட்டுவிட்டது.
கவிஞர்,
உன் தந்தை,
கவிதை ----
நீதான் கண்ணே.!!!

பிடித்தவை

உனக்குப் பிடித்தவை
எல்லாம்
எனக்கும் பிடித்தன...
உனக்குப் பிடிக்காதவை
எல்லாம்
எனக்கும் பிடிக்காதவை ஆயின.
உனக்கு என்னை பிடிக்கவில்லை
என அறிந்தேன்,
எனக்கும் என்னை
பிடிக்கவில்லை.!!!

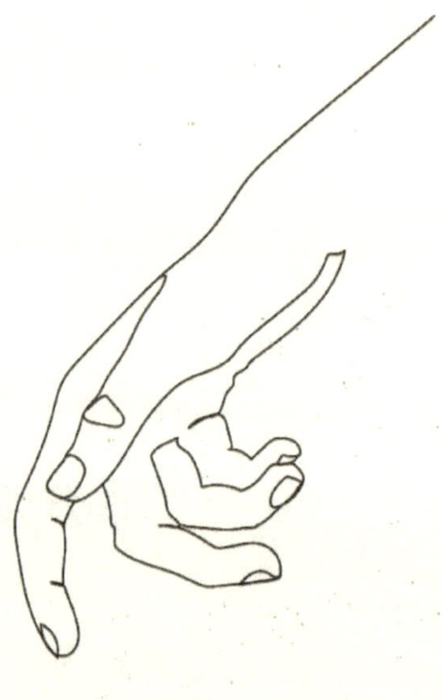

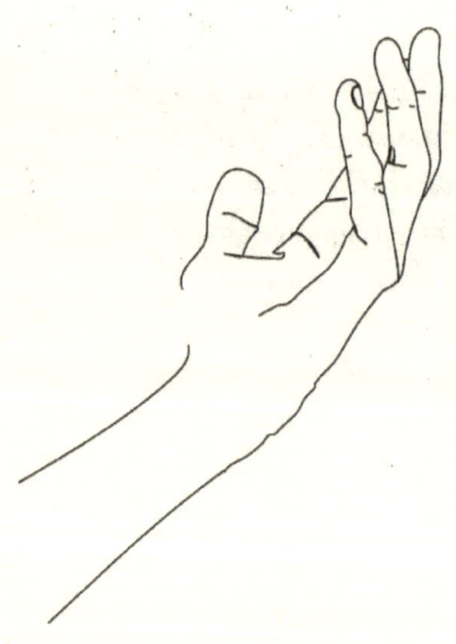

காதல் வெள்ளம்

காதலெனும் வெள்ளத்தை
கரை மீது பார்த்திருந்தேன்.
கரை கரைந்து போனதனால்
கால் இடறி வீழ்ந்து விட்டேன்.

காணவே அழைத்து வந்த
கன்னியவள் மேட்டினிலே,
கண்களால் விடை சொன்னாள்,
காலமென்று பதில் சொன்னாள்.

பற்றுவார் யாருமின்றி
பற்றுதற்கும் எதுவுமின்றி
பற்றறுத்துக் காணுகின்றாள்,
பயணம் நான் போவதையே.

தொட்டிடுவாள் என்றிருந்தேன்
தொலைவிலேயே நின்றிருந்தாள்
துயரமுடன் பார்த்திருந்தேன்,
துரிதமாய் மூழ்குகின்றேன்.

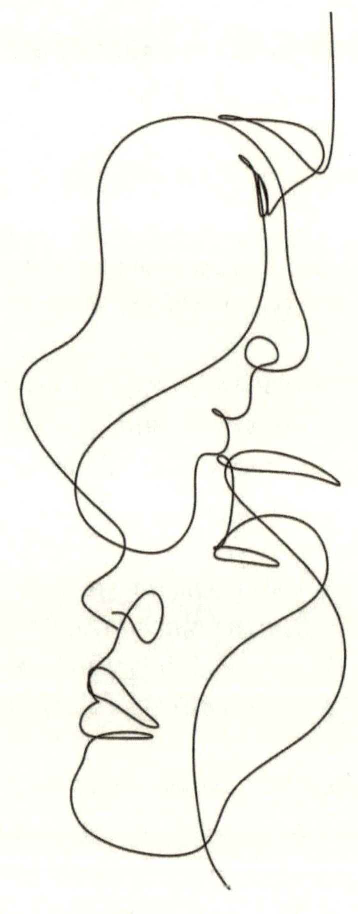

அன்பா, அறியாமையா ?

எதிர்பார்ப்புகள் மட்டுமே
நம்பிக்கையை ஊட்டுகின்றது.
நம்பிக்கை மட்டுமே
உயிர் வாழ்தலை நீட்டிக்கச் செய்கின்றது.
நாளைய தேதியை
இன்றே கிழிப்பதால்
நாளை என்பது-
உடன் வந்தா விடுகிறது.?
இங்கு உன்னை நேசிப்பதால்
நீயும் அவ்வாறே நேசிப்பாய்
என்று நான் கருதுவதும்
அவ்வாறே.
இதை அறியாமை என்பாயா
அன்பு என்பாயா?

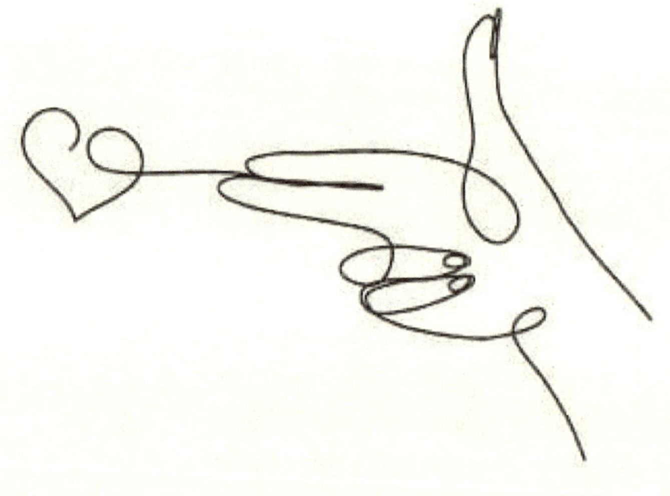

காதலி வேண்டும்

கண் திறக்க காட்சி மறையும்
கனவே வாழ்வு.
கனவு விரிய கவிதை கொடுக்கும்
சுகமே காதல்.
பிரிதல் மறுக்கும், பிரிந்தால் வலிக்கும்
எனினும் கூட,
இணைந்த சுகம் நினைத்துப் பார்க்கும்
இன்பம் கூட்டும்.
ஆதலினால் காதல் செய்ய காதலி வேண்டும்.

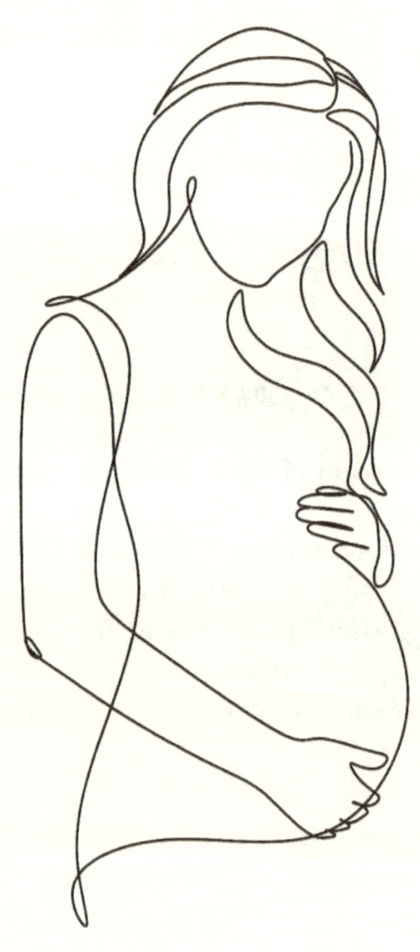

தாய்மை

என் இனிய சந்தோஷமே,
உன் வரவு, என்னுள்
உற்சாகப் புயல் உற்பத்தி ஆகின்றது.
நாங்கள் எழுதிய கவிதையே,
உன் தந்தை -
உனக்கு கரு கொடுத்தார்,
நானோ உரு கொடுக்கின்றேன்.
உன்னுடைய பொருளை
இவ்வுலகறியட்டும்.
எனக்குள் இருக்கும்
என்னுயிரே,
உனக்கு இருளை பரிசளித்தேன்
என்பதால்
என் மீது கோபமா?

வெளிச்சத்திற்க்கு வரும் நீ
இருள் பழகு,
இருளை நேசி.
என் கண்ணே,
என்னை உணருகிறாயா?
படுக்கும் பொழுது படுத்து
எழும் பொழுது எழுந்து,
உணருகிறாயா?
வெளியே வந்த பிறகு
எனக்குச் சொல்வாயா?

தாமதமாய் வரும் என்
இனிய ஸ்நேகி(தியே)தனே,
உன் சுற்றங்களையும்
என் சுற்றங்களையும்
நம் சுற்றங்களாக்குவோம்.
பெண்மையை பூர்த்தி செய்ய
வருபவனே(ளே),
உன் வருகை,
எனக்குப் புதிய
நம்பிக்கையின் விடியல்.!
காத்திருப்போமா
உன் கனவுகளுக்கு
கை கொடுக்க
காத்திருக்கின்றேன்.
முதலில்,
என் கனவே நிஜமாகு.!!!

பிரிவே ஆரம்பம்

பற்றும் எதனிலும்
தொற்றிய உன் நினைவுகள்.
கதையினில், கவிதையில்,
காணும் நற்க்காட்சியில்,
எவை எவைச் சுவையோ,
அவைதனில் அவையாய் நீ...!

காலத்தின் பயணத்தில்
இரு வேறு திசைகளில் நாம்.
துரத்துகின்ற நினைவுகள்,
துயிலும் இடம் நம் நெஞ்சம்...
கண்மணி இமை மூடு,
கனவுகளில்
சஞ்சரிப்போம்.
நமக்கு-
பிரிவு என்பது சோகமல்ல
சுகம் தான் என மெய்ப்பிப்போம்.
அது வரை,
உன் கனவில் நான்
என் கனவில் நீ!
நம் வாழ்வே
பிரிவினில் துவங்கிய உறவுதானே!!!

தெளிவான குழப்பம்

தெளிவாகத்தான் பேசி விட்டுப்
சென்றாள்,
நான் தான் வெகு குழப்பமாய்.!!!

தொலைந்த நாம்

நீ சொல்ல வருவது
என்னவென்று புரிகின்றது.
எந்த வார்த்தைகளைப் போட்டு -
என்பதில்
உனக்குக் குழப்பம் இருக்கின்றது.
எப்படி அதனை
ஏற்றுக்கொள்வது என்பதில்,
எனக்கும் குழப்பம் இருக்கின்றது.

அலங்கரித்துப் பேசுவதால்
பொருள் என்ன
மாறுபடவா போகின்றது.?

என்ன சொல்லி எனக்குப்
புரிய வைப்பது என
மயங்குகின்றாய்.
அதிர்ஷ்டவசமாய்
அதனை நான்
அறிந்தே இருக்கின்றேன்.

நாம் ஏற்க்க மறுத்தாலும்
உண்மை என்பது
நம்மைச் சுற்றி
சூழ்ந்து கொண்டுள்ளது.
அதனை –
நீயோ, நானோ
மீறுவது இயலாத ஒன்று.

நாளை எப்படி என்று எண்ணியே,
இன்றே நீ
தீர்ந்து போகாதே.!

நேற்று நாம் இணைந்திருந்தோம்,
என்று எண்ணிக் கொண்டிராதே.
இன்று நாம்
பிரிந்திருக்கின்றோம்.

நீ,
நினைப்பது மாதிரி
வாழ்க்கை
மார்கழி குளிர்போல
சிலிர்ப்பாய் இல்லை.
அதிகாலைக் காணும்
வண்ணக் கோலம் மாதிரி –
அழகும் இல்லை.

எனக்குள்ளே
ஒடுங்கிக் கொள்ள எண்ணாதே.
நானே
என்னிடம் இல்லை.

எது உனக்கு எளிதாய்
வசப்பட்டதாகத் தெரிந்ததோ
அது இன்று
கடினமாய் முயற்சித்தும்
நழுவுகின்றது.!

வலி என்பதை
எழுத்தில் உணர்த்த
அவஸ்த்தைப் படாதே.
உன் மௌனம்,
என்றோ அதனை
உணர்த்தி விட்டது.
கொஞ்ச நேரம் நின்ற நிழலுக்காக
மரத்தினைச்,
சொந்தம் கொண்டாடாதே.!

நீ -
நீயில்லை,
நான் -
நானில்லை.
எவ்வாறு
நாமாக முடியும்?

தொலைவில் உள்ளதால்
அழகாய் இருக்கின்றது
வானமும், நிலவும்.
அது போல
அருகே வராதே,
நாம் நமக்கு
அழகாய் இருப்போம்.!!!

மௌன நாடகம்

என் கண்ணே,
மௌனித்திருக்க உன்னால்
எப்படி முடிந்தது?
தனித்திருக்க நீ
எப்பொழுது கற்றாய்?
உனக்கு நீயே
கைதி ஆனது எப்படி?
உன் நிழலே உனக்கு
எதிரி ஆனது எப்பொழுது?
இமை நனையாமல்
இரவுகளில்
உறங்க முடிகின்றதா உன்னால்?
இப்படி இப்படி கேள்விகள்
என்னுள் ஊர்வலம் வருகின்றது.
உன்னுள் விடைகள்
கதவடைப்பு நடத்துகின்றதா?

கண்களை விற்று
கனவுகள் வாங்கியவன் நான்.
இன்று
நிஜங்களின் தாக்குதலில்
பலவீனமாய் என்
இதயம்.
எனக்கு ஆயிரம் நட்சத்திர சமாதானம்
சொன்னாலும்
உன் ஒரே ஒரு
இதய நிலவிற்க்குப்
பதில் கூறு.
உனக்குத் தெரியுமா?

உன் மௌனத்தின் அலறலில்
என் இதயச் செவிப்பறை
கிழிந்து போனதை...!
உலகம் ஒரு
நாடக மேடை என்பது,
உண்மைதான்,
அதற்க்காக
நடித்துக்கொண்டே இருப்பதா?

நடப்புக் காதல்

என் சிநேகிதனே,
உனக்காக வருந்துகிறேன்.
வாழ்க்கை உனக்குச்
சொல்லக்கூடியது –
நிறைய உள்ளது.
காதல் என்ற இனிப்பு விஷத்தால்
அறிவு மரித்துப் போனவனே!
உனக்காக அனுதாபப்படுகின்றேன்.
மென்மையான உள்ளம் உனக்கு,
காதல் வரலாமா?
உனக்கு என்னை மறக்க முடியாமைக்கு
வருந்துகின்றேன்.
நிகழ்வுக்கு வா நண்பனே!.
நிச்சயம் அது உன்னைச் சுடும்.
கனவுகளால் மகிழலாம்,
வாழ முடியுமா?

நாம் கவிதை பேசியிருக்கின்றோம்,
அதற்க்காக –
நாம் கை கோர்த்து சுற்றியிருக்கின்றோம்,
அதற்க்காக –
நாம் கட்டிலில் இணைந்திருக்கின்றோம்,
அதற்க்காக –
இது காதல் என்றாகுமா?
மற மனிதனே!
மனிதனென்றால்,
மறக்க வேண்டாமா?.
உனக்கும் எனக்கும் தேவையிருந்தது.
அன்பு தேவைப்பட்டது,
பகிர்ந்து கொண்டோம்,
ஆசை இருந்தது,
இணைந்து கொண்டோம்.
உன் கவலை, உன் மகிழ்ச்சி
என்னிடம் சொன்னாய்.
என் கவலை, என் மகிழ்ச்சி
உன்னிடம் சொன்னேன்.
இதில் நேசிக்க என்ன இருக்கு,
நீடிக்கவும் ஆசை எதற்க்கு?.

உலகம் புரிந்து கொள்.
இதோ,
என் குழந்தை அழுகின்றது.
இதோ,
என் கணவன் வரும்
நேரமாகி விட்டது.
எனக்கும் உறக்கம் அழைக்கின்றது.
எனவே... எனவே...,
எதையும் இயல்பாக்கு.
என்னை அழை,
எனக்கும் தேவையிருப்பின்,
உன்னிடம் வருவேன்.
அது வரை –
ப்ளீஸ், என்னை விடு,
குட்... நைட்.!

பிரிந்த துணை

அன்பே ஆருயிரே,!
அன்பாலே தொட்டவனே!,
தொட்டவுன்னை நான்னின்னும்,
தொடரத்தான் முடியலியே!

கைகள் துடிதுடிக்கும்
கைகெட்ட நீயிருந்தும்
உன்னை நான் தொடவே
உள்ளுக்குள் ஆசை வந்தும்
தொட்டணைக்க வழி இல்லே,
துன்பந்தான் என்ன செய்ய?.

எனக்கென்றும் நீயிருப்ப,
தெரியாதா இது எனக்கு.
உனக்கென்றும் நானுண்டு,
உறுதி மொழி நான் தரவே,
மனசெல்லாம் சரி சொல்லும்,
மௌனந்தான் தடை சொல்லும்.

ராத்திரிக்குப் பாய் போட்டா,
ரணம் போல வலியெடுக்கும்.
மனசுக்குள் நானழுத கதை உனக்குக்
கூறிடவே,
எனக்கென்று யாரிருக்கா?.

உன்னை நினைக்கயிலே
உற்சாகம் ஓடி வரும்.
என் நிலமை நினைக்கயிலே
என் மனசு வாடிவிடும்.

கண்ணுக்குள் உன் ஏக்கம்,
காதுக்குள் உன் பேச்சு,
என்னுள்ளே நீயாச்சு,
என்பதையே எழுத்தாக்க,
எழுததான் முடியலையே.!

பேருந்தில் திரையரங்கில்,
உன்னருகே நானமர
எனக்கும் ஆசை வரும்
என்ன செய்ய ஊரிருக்கே!!

உலகுக்குத் தெரிந்திடுமோ
ஊர்பழித் தூற்றிடுமோ.?
உந்தன் காதலுக்கு
இதனாலே நஞ்சானேன்.

என்னன்பை நானுனக்கு
எப்படித்தான் தருவேனோ,
ஐயிரண்டு வருடம் முன்
ஐயோ நான் மணமானேன்.

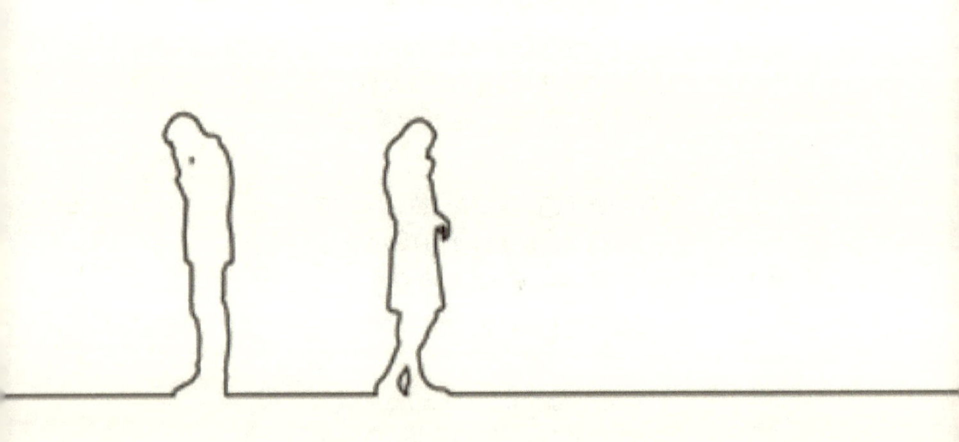

இயல்பு

நீ என்
பிரிய ஸ்நேகிதியா?
இல்லை –
பிரியத்தான் ஸ்நேகிதியா?

உன்னிடத்தில்
என்னை கொடுத்தேன்.
அதனாலோ
என்னைக் கெடுத்தாய்.

உன்னை நீ
அறிந்து கொள்ளும் போது
என்னை நீ
தெரிந்து கொள்வாய்.
அப்படித்தானே!!

மனதில் உறுதி வேண்டுந்தான்,
அதற்க்காக,
எஃகு உறுதியா?
நீ நெகிழ்ந்து போவாயா?
நான் மகிழ்ந்து போக.

இப்பொழுதெல்லாம்
படிக்கும் எழுத்துக்களிலெல்லாம்
உயிரும் இல்லை, மெய்யும் இல்லை.
ஓ ... புரிகின்றது,
நீ தான் கடிதம் கூட
எழுதுவதில்லையே!!!

நடந்தவை எல்லாம் கடந்தவையயாக
காலம் மாற்றுது.
சிலவன மட்டும்
ஜில்லென்றும், திகீலென்றும்.
மற்றவை மறக்கப்பட்டவை.
நானெப்படி உன்னிடம்,
முன்னதா? பின்னதா?
அல்லது
முடிந்து போனதா?

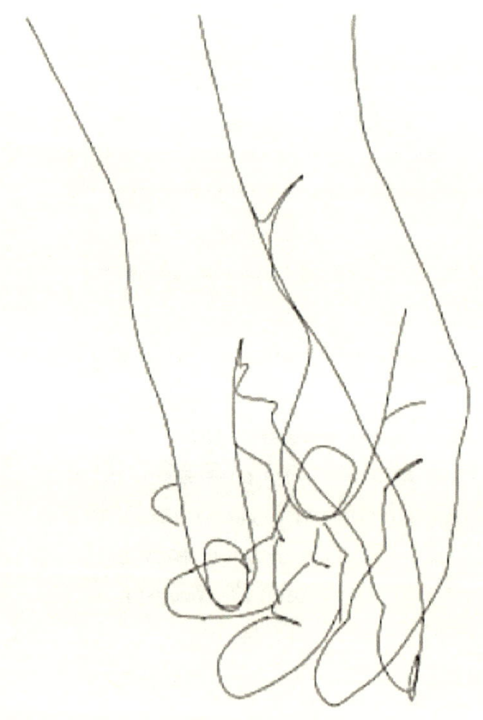

பொய் மான் தேடல்

கண்ணே!
நீ தென்றலாய் தான் தழுவினாய்,
நீ போன பின்பு தானே
புயலடிக்கின்றது.

உன் மனம் பற்றத்தான்
இரவிடம் யுத்தங்கள்.
இது தான்
பொய் மான் தேடலோ.!

நான் டெபாஸிட் போன
வேட்பாளனா?
அல்லது –
முன்னனிக்கு வந்து கொண்டிருக்கும்
முக்கியஸ்த்தனா?

நீ இயல்பாய் பேசு
எதுவும் பேசு
உன் மௌனந்தான் பெண்ணே
என் காதில்
மகா இரைச்சலாய்...!

ஆதலினால் காதல் செய்வீர்
என
இந்த அவஸ்தைக்காய்
சொன்னாய் பாரதி.!

ஏமாளி

எத்தனையோ கவிதைகள்
கதைகள் சொல்லும்,
இந்த கவிதை தான்
என் கண்ணீரைச் சொல்லும்.
எத்தனையோ முறைகள் நீ
பேசியிருக்கின்றாய்.
அத்தனையும் நான்
கேட்டிருக்கின்றேன்.
எந்த இடத்தில் உண்மை பேசினாய்
என்பதுதான் புரியவில்லை.

இயல்பு என்பது,
வெற்றி பெறாதோ?
கொஞ்சத்தான் எனில் கொஞ்சம்
புனைதல் வேண்டுமோ!!

எதை தேடுது மனது?
போகும் திசைகளெல்லம்
முன்பே என் பாதச்சுவடு.
சுவற்றில் எறிந்த பந்தாய்
திரும்பும் நினைவுகள்.
நடக்கும் நிஜெமெதையும்
நம்பாத மனம்.
நிஜ உருவங்களிடையே
நிழல் உருவம் தேடல்...
மனமே,
நீ ஏன் மயங்குகிறாய்???

உறவுப்பாலமே
உறக்கத்தை
இறக்க வைக்கின்றது.

புரியவில்லை
ஆனாலும் கவிதை சூப்பர்
என்றனர் நண்பர்கள்.
நான் உன்னைப் பற்றியல்லவா
எழுதினேன்.

எல்லா நட்பிற்க்கும்
அன்பென்று பொருள்.
அன்பே
உனக்கென்னப் பொருள்?

எல்லாம் அவனே என்பன்
வேதாந்தி.
எல்லாம் நீயே என்றிருந்தேன்,
ஏமாளியாகிப் போனேன்.

சுபம்.